Gumagamit si Hillary ng AI

na Planuhin Siya
Bakasyon sa Hawaii

Tagalog

Marcy Schaaf

Hillary Uses AI
to Plan Her
Hawaiian Vacation
Marcy Schaaf

Copywrite @ 2024 Books By Schaaf Hillary
Uses AI to plan her Hawaiian Vacation

Hillary was buzzing with excitement—her family was finally going on a dream vacation to Hawaii! But planning such an epic trip?
That felt like solving a super-tough puzzle. There were so many questions running through her mind: What should they do? Where should they eat? How would they get around?

Luckily, Hillary had a secret weapon—AI! With just a few clever questions, Hillary could find all the answers she needed. From tasty Hawaiian snacks like Spam Musubi to fun activities for the whole family, AI was about to become her ultimate vacation planner.

Join Hillary as she uses AI to plan the perfect Hawaiian adventure, complete with sunshine, surfing, and of course, snacks!

Tuwang-tuwa si Hillary—sa wakas ay magbabakasyon na ang kanyang pamilya sa Hawaii! Ngunit nagpaplano ng gayong epic trip?
Iyon ay parang paglutas ng isang napakahirap na palaisipan. Napakaraming tanong ang tumatakbo sa kanyang isipan: Ano ang dapat nilang gawin? Saan sila kakain? Paano sila makakaikot?

Sa kabutihang palad, si Hillary ay may lihim na sandata—AI! Sa ilang matatalinong tanong, mahahanap ni Hillary ang lahat ng mga sagot na kailangan niya. Mula sa masasarap na meryenda sa Hawaii tulad ng Spam Musubi hanggang sa mga masasayang aktibidad para sa buong pamilya, malapit nang maging ang AI ang kanyang ultimate vacation planner.

Samahan si Hillary habang ginagamit niya ang AI para planuhin ang perpektong Hawaiian adventure, kumpleto sa sikat ng araw, surfing, at siyempre, meryenda!

Hillary loved technology
but she didn't love the questions in her brain.
So many!

Gusto ni Hillary ang teknolohiya ngunit hindi
niya gusto ang mga tanong sa kanyang utak.
Napakarami!

Her family was going on vacation to Hawaii
and Hillary had BIG plans—mostly involving snacks.

Ang kanyang pamilya ay magbabakasyon sa Hawaii at si Hillary ay may MALAKING plano—karamihan ay may kinalaman sa mga meryenda.

"AI, what do kids in Hawaii eat?" she asked while doing her best hula dance. (It was more like a wiggly wave.)

Wi-Fi Calling
9:58 AM
ChatGPT
Kids in Hawaii often enjoy a mix of traditional Hawaiian foods, Asian-inspired dishes, and popular American fare. Some common foods include:
1. Spam Musubi – A snack made with rice, grilled Spam, and wrapped in seaweed, it's a favorite lunch or snack item.
2. Loco Moco – A local dish consisting of rice, a hamburger patty, a fried egg, and gravy on top.
3. Poke Bowls – Cubes of fresh raw fish (usually ahi tuna) marinated in soy sauce and sesame oil, often served with rice and various toppings.
4. Plate Lunch – A classic Hawaiian meal that includes rice, macaroni salad, and a meat like teriyaki beef, kalua pork, or chicken katsu.
Message

"AI, ano ang kinakain ng mga bata sa Hawaii?" she asked
while doing her best hula dance. (Ito ay mas katulad ng
isang maalog-alog na alon.)

Wi-Fi Calling
9:58 AM
ChatGPT

Kids in Hawaii often enjoy a mix of traditional Hawaiian foods, Asian-inspired dishes, and popular American fare. Some common foods include:

1. Spam Musubi – A snack made with rice, grilled Spam, and wrapped in seaweed, it's a favorite lunch or snack item.
2. Loco Moco – A local dish consisting of rice, a hamburger patty, a fried egg, and gravy on top.
3. Poke Bowls – Cubes of fresh raw fish (usually ahi tuna) marinated in soy sauce and sesame oil, often served with rice and various toppings.
4. Plate Lunch – A classic Hawaiian meal that includes rice, macaroni salad, and a meat like teriyaki beef, kalua pork, or chicken katsu.

Message

Hillary stared. "Spam... what now? Did you just sneeze?"

Napanganga si Hillary. "Spam... ano ngayon? Tumikhim
ka lang ba?"

Al explained, "Spam Musubi! It's a snack made with Spam, rice, and seaweed. Super popular!"

Paliwanag ni Al, "Spam Musubi! Isa itong meryenda na gawa sa Spam, kanin, at seaweed. Super sikat!"

"I've gotta try this!" Hillary declared.
"AI, can you find easy recipes so I don't accidentally set the kitchen on fire?"

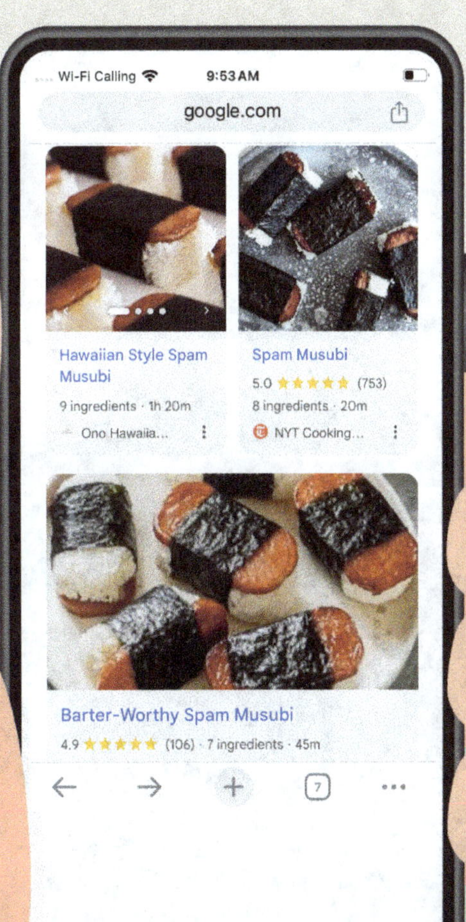

Wi-Fi Calling 9:53 AM
google.com
Hawaiian Style Spam Musubi
9 ingredients · 1h 20m
Ono Hawaiia...
Spam Musubi
5.0 (753)
8 ingredients · 20m
NYT Cooking...
Barter-Worthy Spam Musubi
4.9 (106) · 7 ingredients · 45m
7

"Kailangan kong subukan ito!" deklara ni Hillary.
"AI, makakahanap ka ba ng mga madaling recipe para hindi
ko sinasadyang masunog ang kusina?"

Wi-Fi Calling
9:53 AM
google.com
Hawaiian Style Spam Musubi
9 ingredients · 1h 20m
Ono Hawaiia…
Spam Musubi
5.0 (753)
8 ingredients · 20m
NYT Cooking…

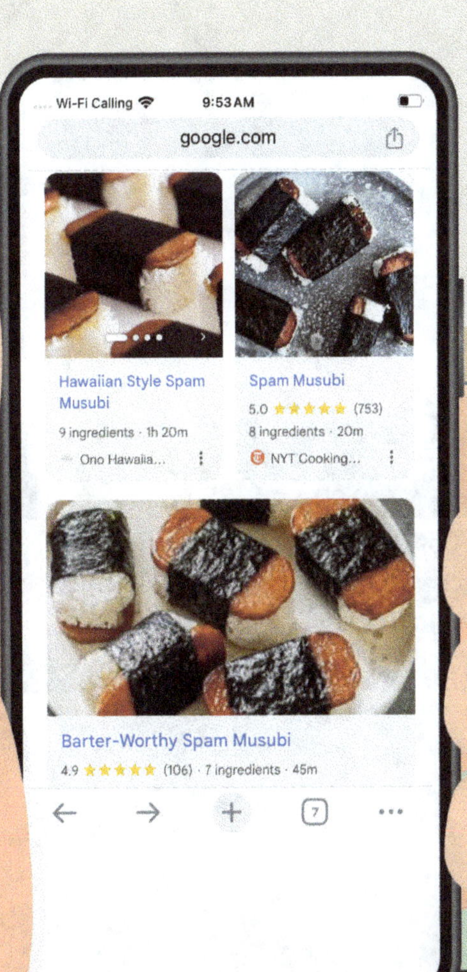

Barter-Worthy Spam Musubi
4.9 (106) · 7 ingredients · 45m

AI listed recipes and her mom immediately sighed.
"Great... Another rice explosions."

Naglista ng mga recipe si AI at agad namang napabuntong-hininga ang nanay niya.

"Mahusay... Isa pang pagsabog ng bigas."

**After a (slightly messy) cooking session
Hillary wanted more. "Al, what's a fun dessert?"**

Pagkatapos ng (medyo magulo) na sesyon sa pagluluto, gusto pa ni Hillary. "Al, ano ang masayang dessert?"

Al suggested,
"Shave ice is a Hawaiian favorite!
Try guava, li hing mui, or lychee flavors."

Iminungkahi ng AI, "Ang shave ice ay isang paborito sa Hawaii!
Subukan ang bayabas, li hing mui, o lasa ng lychee."

"Shave ice?!" Hillary grabbed a razor.
"Does it need a haircut?"

"Mag-ahit ng yelo?!" Kumuha ng labaha si Hillary.
"Kailangan bang magpagupit?"

Her mom laughed and AI clarified
"No, it's just really fluffy ice with fruity syrup!"

Tumawa ang kanyang ina at nilinaw ni Al ang "Hindi, ito ay talagang malambot na yelo na may fruity syrup!"

Hillary slurped up her fruity creation.
"Oh wow, this is delicious!
I'm gonna eat shave ice every day in Hawaii!"

Hinigop ni Hillary ang kanyang fruity creation.
"Oh wow, ang sarap nito!
Kakain ako ng shave ice araw-araw sa Hawaii!"

She also heard about a book called
Learn to Hula with Lani.
"AI, can you find this book?
My wiggly wave needs some serious help."

Narinig din niya ang tungkol sa isang libro na tinatawag na
Learn to Hula with Lani.
"AI, mahahanap mo ba ang librong ito?
Ang aking wiggly wave ay nangangailangan ng ilang
seryosong tulong."

AI found the book and suggested,
"It's great for learning real hula dancing before your trip."

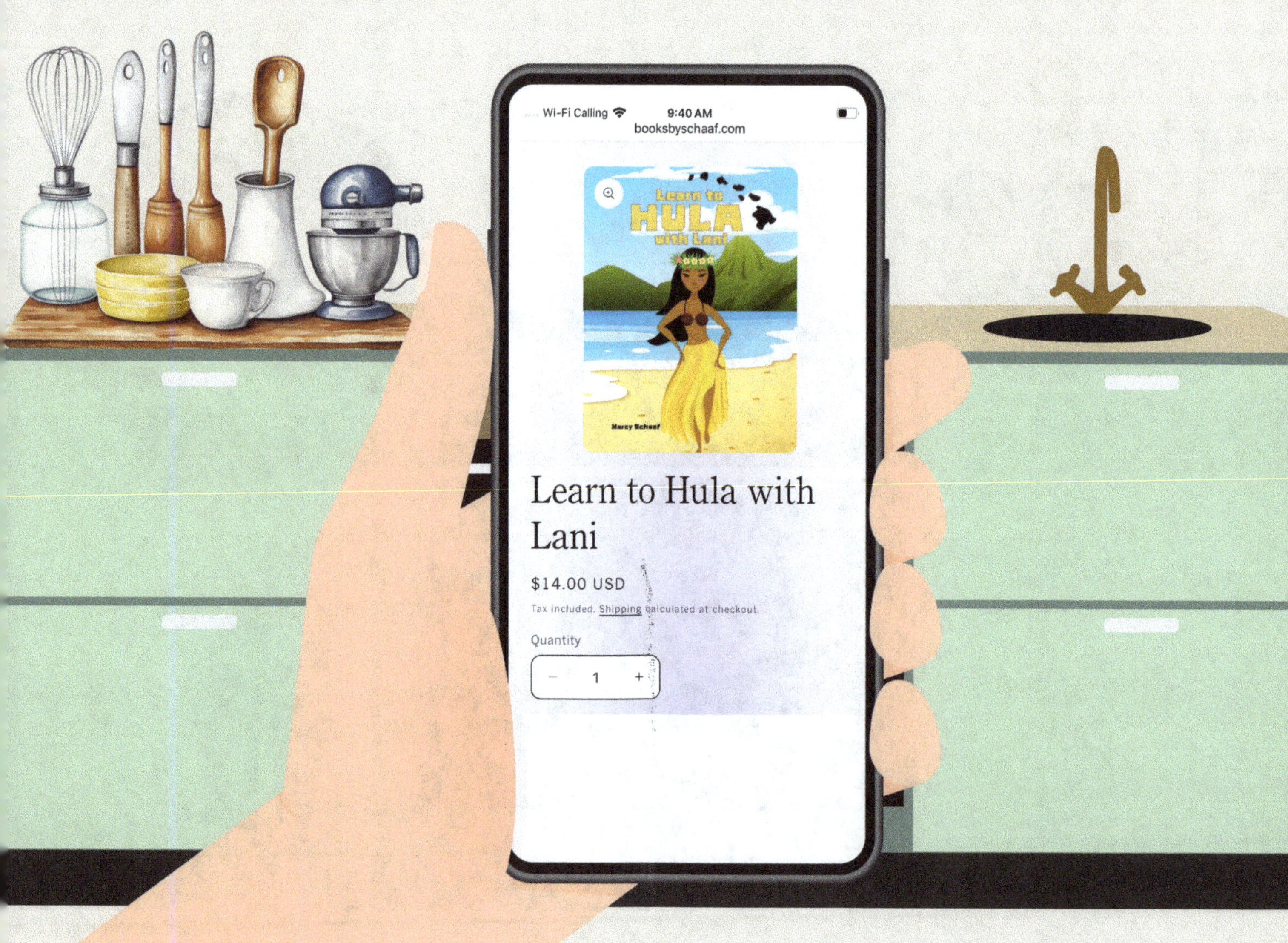

Natagpuan ng AI ang aklat at iminungkahi, "Ito ay mahusay para sa pag-aaral ng totoong hula dancing bago ang iyong paglalakbay."

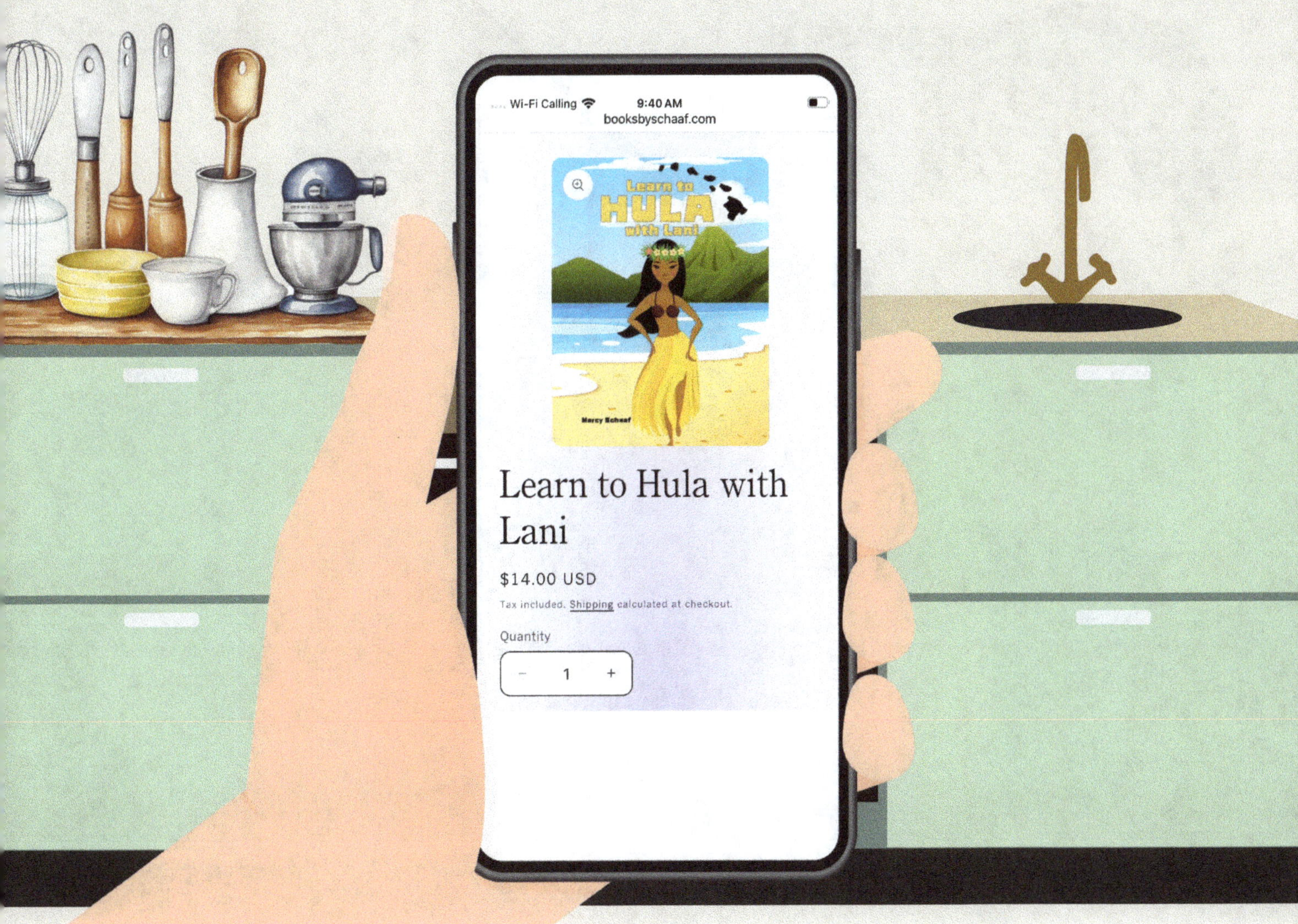

Hillary thought about all the fun things she could do in Hawaii. "Al, what are the best activities for kids? I'm thinking surfing, swimming, or maybe climbing a volcano!"

Naisip ni Hillary ang lahat ng masasayang bagay na magagawa niya sa Hawaii. "Al, ano ang pinakamagandang aktibidad para sa mga bata? Iniisip ko ang pag-surf, paglangoy, o pag-akyat ng bulkan!"

AI asked
"Do you want water adventures, hikes, or cultural events?
Or all three?"

Tinanong ni AI "Gusto mo ba ng mga pakikipagsapalaran sa tubig, paglalakad, o mga kultural na kaganapan? O lahat ng tatlo?"

"All three!" Hillary yelled
"And snacks in between, obviously."

"Lahat ng tatlo!" Sumigaw si Hillary "At meryenda sa pagitan, malinaw naman."

Now, how far are these activities from the hotel?
"AI, how far is the volcano tour?"

Ngayon, gaano kalayo ang mga aktibidad na ito mula sa hotel?

"Al, gaano kalayo ang volcano tour?"

AI responded
"It's 45 minutes away by car. Might wanna pack snacks."

Tumugon ang AI "45 minuto ang layo sa pamamagitan ng kotse. Baka gusto mong mag-pack ng meryenda."

Hillary grinned, "What about the bus?
Can I bring more snacks on the bus?"

Ngumisi si Hillary, "Paano ang bus?
Maaari ba akong magdala ng mas maraming meryenda sa bus?"

AI replied, "Bus leaves every hour and stops five minutes from your hotel. And yes, you can bring snacks."

Sumagot ang AI, "Ang bus ay umaalis kada oras at humihinto ng limang minuto mula sa iyong hotel. At oo, maaari kang magdala ng meryenda."

Dad asked, "How much is all this going to cost?"

Tinanong ni Itay, "Magkano ang lahat ng ito?"

AI responded,
"The tour costs $20 per person
and the public bus is FREE in Hawaii."

Tumugon ang AI, "Ang tour ay nagkakahalaga ng $20 bawat tao at ang pampublikong bus ay LIBRE sa Hawaii."

Hillary's dad sighed,
"$20 for volcanoes and bus. Not bad."

Bumuntong-hininga ang tatay ni Hillary, "$20 para sa mga bulkan at bus. Hindi masama."

Hillary couldn't stop.
"AI, can you show me where the closest bus stop is to our hotel?"

Hindi napigilan ni Hillary.
"AI, maaari mo bang ituro sa akin kung saan ang pinakamalapit na hintuan ng bus sa aming hotel?"

Al mapped it out, and Hillary did a victory dance.
"It's right around the corner!"

Na-map ito ng AI, at si Hillary ay nagsagawa ng sayaw ng tagumpay.
"Nasa kanto lang!"

"Now we can plan the whole day,"
Hillary said.
"AI, can you make me a snack-friendly route?"

"Ngayon ay maaari na nating planuhin ang buong araw," sabi ni Hillary.
"AI, maaari mo ba akong gawing rutang madaling magmeryenda?"

AI suggested,
"Volcano tour, lunch near the beach, and then back on the
bus with shave ice!"

Iminungkahi ng AI, "Paglilibot sa bulkan, tanghalian malapit sa beach, at pagkatapos ay bumalik sa bus na may shave ice!"

Hillary cheered.
"This is the best vacation plan ever!
I'm gonna snack, surf, and see a volcano!"

tuwang-tuwa si Hillary.

"Ito ang pinakamagandang plano sa bakasyon kailanman! Magmemeryenda ako, magsu-surf, at makakakita ng bulkan!"

Here's a simple recipe for Spam Musubi—a popular Hawaiian snack:

Ingredients:

1 can of Spam (regular or low-sodium)

3 cups of cooked sushi rice

3-4 sheets of nori (seaweed), cut in half

1/4 cup soy sauce

1/4 cup sugar

2 tablespoons rice vinegar (optional)

Instructions:

Cook the rice: Prepare sushi rice according to package instructions. Once cooked, let it cool slightly.

Slice the Spam: Cut the Spam into 8-10 slices.

Make the glaze: In a small pan, mix soy sauce and sugar over medium heat. Stir until the sugar dissolves.

Fry the Spam: Heat a non-stick skillet on medium heat and fry the Spam slices until golden on both sides. Pour the soy sauce glaze over the Spam and let it caramelize, turning the slices to coat evenly. Remove from heat.

Shape the rice: Wet your hands to prevent sticking and shape the rice into rectangular patties, roughly the same size as the Spam slices.

Assemble the musubi: Place a slice of Spam on top of each rice patty. Wrap the nori around the Spam and rice, using a bit of water to seal the edges of the seaweed.

Serve and enjoy: Let it cool slightly, and enjoy your homemade Spam Musubi!

Narito ang isang simpleng recipe para sa Spam Musubi—isang sikat na meryenda sa Hawaii:

Mga sangkap:

1 lata ng Spam (regular o low-sodium)

3 tasang lutong sushi rice

3-4 na piraso ng nori (damong-dagat), gupitin sa kalahati

1/4 tasa ng toyo

1/4 tasa ng asukal

2 kutsarang suka ng bigas (opsyonal) Mga Tagubilin:

Magluto ng kanin: Maghanda ng sushi rice ayon sa mga tagubilin sa pakete. Kapag naluto na, hayaang lumamig ng bahagya.

Hatiin ang Spam: Gupitin ang Spam sa 8-10 hiwa.

Gawin ang glaze: Sa isang maliit na kawali, ihalo ang toyo at asukal sa katamtamang apoy. Haluin hanggang matunaw ang asukal.

Iprito ang Spam: Mag-init ng non-stick na kawali sa katamtamang apoy at iprito ang mga hiwa ng Spam hanggang maging ginintuang sa magkabilang panig. Ibuhos ang soy sauce glaze sa Spam at hayaan itong mag-caramelize, na i-coat ang mga hiwa nang pantay-pantay. Alisin sa init.

Hugis ang bigas: Basain ang iyong mga kamay upang hindi dumikit at hubugin ang kanin na maging hugis-parihaba na patties, halos kapareho ng laki ng mga hiwa ng Spam.

Ipunin ang musubi: Maglagay ng slice ng Spam sa ibabaw ng bawat rice patty. I-wrap ang nori sa Spam at kanin, gamit ang kaunting tubig para i-seal ang mga gilid ng seaweed.

Ihain at tangkilikin: Hayaang lumamig ito nang bahagya, at tamasahin ang iyong lutong bahay na Spam Musubi!

Books By Schaaf

www.BookBySchaaf.com

Find us at: